# RELATIONSHIP JOURNAL

**DATE:** ____________________

DATE: ____________________

DATE: ______________________

DATE: ____________________

DATE: ____________________

DATE: ____________________

DATE: ____________________

DATE: ____________________

**DATE:** ____________________

DATE: ______________________

DATE: ____________________

DATE: ____________________

**DATE:** ______________________

DATE: ____________________

DATE: ____________________

DATE: ______________________

DATE: ____________________

DATE: ____________________

DATE: ______________

DATE: ______________________

**DATE:** ____________________

DATE: ____________________

DATE: ____________________

DATE: ____________________

DATE:

DATE: ____________________

DATE: ______________________

DATE: ____________

DATE: ____________________

DATE: ______________________

DATE: ____________________

DATE: ____________________

**DATE:** ____________________

DATE: ____________________

DATE: ____________________

DATE: ____________________

DATE: ____________________

DATE: ____________________

DATE: ______________________

DATE: ______________________

DATE: ______________________

DATE: ____________________

DATE: ____________________

DATE: ____________________

DATE: ____________________

DATE: ____________________

DATE: ____________________

DATE: ____________________

www.ingramcontent.com/pod-product-compliance
Lightning Source LLC
LaVergne TN
LVHW082301150826
845677LV00009B/1687

* 9 7 9 8 8 6 9 4 5 5 2 2 2 *